白蛇傳

For Anne
– A. S.

In memory of my father, Zhang Can (1903–2000), who was
born in the Fuyang district of Hangzhou
– S. N. Z.

Bạch Xà Cô Nương

Published in the United States of America by
Pan Asian Publications (USA) Inc.
29564 Union City Boulevard, Union City, California 94587
Tel. (510) 475-1185 Fax (510) 475-1489

Published in Canada by
Pan Asian Publications Inc.
110 Silver Star Boulevard, Unit 109
Scarborough, Ontario M1V-5A2

ISBN 1-57227-075-6
Library of Congress Catalog Card Number: 2001 086181

Design by Lorna Mulligan
Art reproduction and transparencies by Michel Filion Photography
Editorial and production assistance: William Mersereau,
Art & Publishing Consultants

Printed in Hong Kong by the South China Printing Co. Ltd.

LADY
White Snake

A TALE FROM CHINESE OPERA
Bạch Xà Cô Nương
Truyện Cổ Tích Trong Tuồng Hát Trung Hoa

Retold by Aaron Shepard   Illustrated by Song Nan Zhang
Vietnamese translation by Khanh Yen Vu
English/Vietnamese

Pan Asian Publications

How to say the names:

These pronunciations are very approximate and can vary from region to region within China.

Emei	um-AY
Fahai	FAH-HI
Hangzhou	HONG-JO
Kunlun	KUN-LUN
Xu Xian	SOO see-EN *or* SHOO shee-EN
Yangzi	YONG-dzuh
Zhenjiang	JUN-jee-ONG

About the Chinese title calligraphy:

For the title and subtitle of this book, the artist Mr. Zhang has adapted an ancient style of Chinese calligraphy (ornamental writing) called Zhuàn (JOO-on), or "seal" calligraphy. Stone, ivory and wooden seals, or 'chops,' have been used for over 2,000 years to stamp formal signatures of people or organizations onto documents, usually in red ink. Note that the Chinese characters must be carved backwards for them to appear properly on paper. It is interesting to compare the differences in the three ancient Zhuàn style characters for Lady White Snake with the present-day Chinese.

白 **BÁI** white

蛇 **SHÉ** snake

傳 **CHUÁN** legend

A tale from Chinese opera:

經 **JĪNG** classic stories

典 **DIĂN** typical classics

XÌ theatrical play 戲

QŪ singing opera 曲

The old tales of China tell us that all things may grow and change. A stone may become a plant. A plant may become an animal. An animal may become a human. A human may become a god.

Just so, a snake may become a woman. And we are told of one who did.

Who can say for sure how it began? Yet after centuries of ceaseless effort—meditating, disciplining herself, mastering the energies of the universe—this white snake took human form. Immortal now and with great powers, she longed for one thing more.

Human love.

Đọc truyện cổ tích Trung Hoa, ta thấy mọi sự vật đều có thể biến đổi. Một hòn đá có thể biến thành loài thảo mộc. Loài thảo mộc có thể biến thành động vật. Động vật thì có thể hóa thân thành con người. Và con người phàm tục cũng có thể đắc đạo thành tiên.

Thế cho nên, một con mãng xà cũng có thể biến thành một thiếu nữ yểu điệu mỹ miều. Như câu chuyện sau đây mà chúng ta vẫn thường nghe kể.

Không ai chắc chắn được là chuyện bắt đầu như thế nào? Nhưng sau nhiều thế kỷ cố gắng tu thân, rèn luyện không ngừng - khi đã hấp thụ được bao nhiêu tinh hoa của vũ trụ – con bạch xà này biến mình thành một thiếu nữ thật đẹp. Khi đã trở thành bất tử, và với tài phép cao siêu của mình, nàng lại khao khát, ước ao thêm một điều nữa.

Đó là ái tình chốn dương gian.

$\mathcal{P}$erhaps no spot in China is more lovely than the famed West Lake. Lying beside the city of Hangzhou, bordered by green hills, it is often compared to a painter's landscape or a fabled beauty. Visitors from far and near stroll the banks and take boats across the water.

Among the strollers on one spring day long ago was a lovely young lady dressed in white and her young maid in blue—or so they seemed. How could anyone know they were really a white snake and a blue snake in human form? Flying on clouds from their home on sacred Mount Emei, they had come to Hangzhou to sample the joys of the human world.

"It's even more beautiful than I'd hoped," said Lady White as they walked along. "Can you smell the peach blossoms? And look, Blue! Here's the famous Broken Bridge."

"But the bridge isn't broken!" said Blue.

"That's just what it's called," said Lady White, smiling. "Oh, sister, I'm so glad we came here from our cold and dreary mountain."

As the sun passed behind dark clouds, they spotted a young man with an umbrella under his arm. "How handsome he is!" said Blue, and Lady White agreed. Her heart felt something she had never known before.

Ở Trung Hoa, có lẽ không nơi nào đẹp thơ mộng và nổi tiếng bằng Tây Hồ. Tây Hồ là một thắng cảnh nằm sát tỉnh Hàng Châu, bao quanh bởi những ngọn đồi cây cỏ xanh tươi, cảnh sắc ở đây thường được ví như một bức tranh vẽ thật tài tình, hay như một cảnh đẹp trong truyện huyền thoại nào đó. Ở đây, du khách xa gần thường tản bộ hai bên bờ hồ, hoặc đi du thuyền trên mặt nước.

Vào một buổi sáng mùa xuân xa xưa đó, trong những khách du ngoạn tại Tây Hồ, xuất hiện một thiếu nữ yêu kiều trong xiêm y màu trắng, bên cạnh là nàng hầu xúng xính áo màu lam – nhìn thì có vẻ như vậy. Làm sao người ta có thể biết được hai nàng đó chính là hiện thân của bạch xà và thanh xà đang đội lốt người? Rời bỏ hang động trên núi Nga My linh thiêng, hai nàng lướt theo mây, bay về Hàng Châu để mong được hưởng những lạc thú của trần gian.

"Cảnh vật nơi đây còn đẹp hơn là ta tưởng tượng nữa," Bạch cô nương khen ngợi trong lúc đi dạo với Tiểu Thanh. "Em có ngửi thấy mùi hoa đào không? Và nhìn kìa, Thanh muội ơi! Đó là Đoạn Kiều rất nổi tiếng."

"Sao lại tên là Đoạn Kiều, cây cầu đâu có gãy!" Tiểu Thanh ngạc nhiên nói.

"Người ta đặt tên nó như vậy," Bạch cô nương mỉm cười, rồi nói tiếp. "Ồ, muội ơi, tỷ tỷ rất vui mừng chúng ta đã đến đây, chả bù với núi non lạnh lẽo âm u kia."

Khi mặt trời khuất dần sau đám mây đen, họ chợt thấy một chàng thư sinh tay đang kẹp một chiếc dù. "Người đâu mà khôi ngô thế!" Tiểu Thanh buột miệng khen, Bạch cô nương cũng tỏ vẻ đồng ý. Bỗng dưng tim nàng thấy rạo rực lạ kỳ, thực là một cảm giác mà nàng chưa bao giờ có.

Just then it began to rain, and they took shelter under a willow. The young man, whose name was Xu Xian, noticed their predicament. "Ladies," he said, "that willow won't keep you dry! Please use my umbrella."

"But, sir, you need it yourself," said Lady White.

"Don't worry about me," he said. "Look, there's a boat coming to shore. Let me hire the boatman to take us back to the city."

As they crossed the lake, the ladies insisted that the young man sit close to share the umbrella. He and Lady White exchanged shy glances and spoke awkwardly, while Blue helped the conversation along and smiled in amused delight.

Before long, the boat reached the landing the ladies had asked for. By then the rain had stopped, but Blue pointed secretly skyward, and it started once again.

Just as hoped, the young man said, "Please, you must take the umbrella home with you. I'll come for it tomorrow."

"Thank you, sir," said Lady White. "We will expect you. Please do not disappoint us!"

Ngay lúc ấy trời chợt chuyển mưa, hai nàng liền đến núp mình dưới bóng một cây liễu. Chàng trai đó, tên gọi Hứa Tiên, thấy họ gặp hoàn cảnh khó khăn, liền thưa. "Nhị vị cô nương, liễu này sợ không che được cho hai cô đâu, xin hãy dùng tạm cây dù của ta."

"Nhưng thưa công tử, chàng cũng cần dùng nó mà," Bạch cô nương đáp.

"Xin đừng bận tâm cho ta," chàng trả lời. "Xem kìa, có thuyền đang cập bến. Để ta kêu người chèo thuyền đưa chúng ta quay trở về."

Trong lúc ngồi trên thuyền, hai nàng nhất định bảo chàng trai phải ngồi sát cạnh mình để cùng che chung dù. Hứa Tiên và Bạch cô nương thỉnh thoảng lại đưa mắt nhìn nhau e thẹn, và chuyện trò một cách ngượng ngùng. Tiểu Thanh thì cứ huyên thuyên góp lời, miệng cười vui thích thú.

Không bao lâu thì thuyền cập bến. Trời cũng vừa tạnh mưa, Tiểu Thanh bèn kín đáo chỉ tay lên trời làm phép, thì trời lại đổ mưa.

Đúng như sự mong ước của mình, chàng trai liền lên tiếng, "Xin cô nương hãy cầm theo chiếc dù này. Ngày mai ta sẽ đến lấy về."

"Xin đa tạ, công tử," Bạch cô nương đáp lại. "Chúng em sẽ đợi chàng tại gia trang. Xin đừng để chúng em thất vọng!"

The next morning, Xu Xian visited the house where the ladies were staying. As Blue served tea and then wine, the young man told Lady White he was an orphan and had been returning from a visit to his mother's grave when he met them. He lived with his sister and her husband and worked as an assistant in a shop for herbal medicine.

Pleased by his words and his manner, Lady White whispered to Blue and left the room. Blue said, "My mistress wants to know if you would like to marry her."

In surprise, the young man said, "There's nothing I'd like better! But with the little I earn, how could I support the three of us?"

"Oh, don't worry about that," said Blue. "My mistress has an inheritance from her father. Anyway, today is lucky, so you really should get married right away. You can tell your sister later, and that umbrella will do just fine as a gift for the bride. I'll light the candles, and everything will be ready."

Almost before he knew it, Xu Xian was standing next to Lady White in her bridal gown. They bowed to Heaven and Earth, to their ancestors, and to each other. They were now husband and wife!

Sáng hôm sau, Hứa Tiên tìm đến ngôi nhà nơi hai thiếu nữ cư ngụ. Trong lúc Tiểu Thanh hầu trà rượu thì Hứa Tiên kể chuyện đời mình cho Bạch cô nương nghe. Chàng vốn mồ côi từ nhỏ, trên đường trở về khi đi thăm mộ thân mẫu thì gặp được hai nàng. Hiện chàng đang sống với gia đình người chị và phụ giúp trông coi một cửa tiệm thuốc bắc.

Cảm kích qua lời nói và phong thái của chàng, Bạch cô nương thì thầm với Tiểu Thanh rồi rời khỏi phòng. Tiểu Thanh sau đó thưa với Hứa Tiên, "Tiểu thư tôi ngỏ ý muốn về nâng khăn sửa túi cho công tử."

Ngạc nhiên, chàng đáp, "Không còn gì diễm phúc cho bằng! Nhưng ta làm chỉ đủ sống, sợ không nuôi nổi cả ba người?"

"Ồ, xin công tử chớ bận tâm chuyện đó," Tiểu Thanh đáp. "Tiểu thư tôi được thừa hưởng gia tài của lão gia để lại. Sẵn hôm nay là ngày lành, công tử nên sửa soạn kết hôn ngay. Sau đó hãy thưa chuyện cùng chị công tử cũng không muộn, và dùng chiếc dù này làm vật đính hôn là được. Để tôi đi thắp nhang đèn và chuẩn bị mọi thứ."

Rồi trong chốc lát, chàng đã đứng ngay bên cạnh Bạch cô nương trong lễ phục cô dâu. Họ khấu đầu bái lạy Trời Đất, rồi đến tổ tiên, và quay lại bái lẫn nhau. Thế là họ trở thành vợ chồng!

The newlyweds decided to move to the city of Zhenjiang and open an herb shop of their own. The shop was a great success, for Lady White could tell just what was wrong with a patient and just what compound to prescribe. What's more, she showed great dedication in helping the sick, no matter how poor.

The two were supremely happy with their work and with each other. Adding to their joy, Lady White soon announced she was expecting a child.

One day, when Lady White had gone off to rest, an old Buddhist monk entered the shop and spoke to Xu Xian. "I am Fahai, the abbot of Gold Mountain Temple," he said. "I have come to warn you of a great danger. By my spiritual powers, I have discovered that your wife is a thousand-year-old snake. She hides her true nature for now, but one day she will surely turn on you and devour you."

"How dare you say that!" said the young man. "It's nothing but wicked slander!"

But Fahai told him, "If you don't believe it, just make sure she drinks realgar wine for the Dragon Boat Festival. She'll change back then to her true form, and you'll see for yourself."

Cặp tân hôn quyết định dọn về Trấn Giang và mở tiệm thuốc bắc tại đây. Họ làm ăn rất thành công vì Bạch cô nương có tài đoán bịnh và hốt thuốc giỏi. Vả lại, nàng còn hết lòng chăm sóc bệnh nhân, không kể giàu hay nghèo.

Họ rất vui thích với công việc và sống thật hạnh phúc bên nhau. Lại thêm tin mừng rằng Bạch cô nương vừa mới mang thai.

Ngày kia, khi Bạch cô nương đã về nhà nghỉ, một hòa thượng già bước vào tiệm thuốc tìm gặp Hứa Tiên. "Ta là Pháp Hải, hòa thượng trụ trì Kim Sơn Tự," rồi ông tiếp. "Bần tăng đến đây để căn dặn thí chủ phải đề phòng những nguy hiểm đang chực chờ. Ta bấm độn biết được vợ người vốn là một con mãng xà tu luyện đã ngàn năm. Nó hiện đang che dấu bản tính nham hiểm của mình, một ngày nào đó sợ sẽ quay lại để hãm hại người mà thôi."

"Sao hòa thượng lại có thể thốt được những lời như thế!" chàng giận dữ nói. "Thật là một sự vu cáo độc ác!"

Nhưng nhà sư Pháp Hải nói tiếp, "Nếu như thí chủ không tin ta, hãy cho vợ người uống Hùng Hoàng tửu nhân ngày Hội Thuyền Rồng. Lúc đó, người sẽ tận mắt thấy nó hiện nguyên hình thôi."

Soon came the Dragon Boat Festival, when everyone drank wine mixed with foul-smelling realgar to drive away snakes. Knowing the danger to her kind, Lady White stayed in bed pretending to be ill. But Xu Xian called her out of the bedroom and said cheerily, "We mustn't let the festival pass without sharing at least one cup of realgar wine!"

When his wife made excuses, he suddenly remembered Fahai's warning and mentioned it as a joke. Lady White was horrified at this unexpected attack on their happiness. Afraid then to make her husband suspicious, and hoping by her powers to withstand the realgar, she drank one cup and then another.

Before she could drink a third, she began to retch. She quickly returned to the bedroom, while Xu Xian hurried out to prepare her some medicine. But when he came back with it, he found on the bed not his lovely wife but a huge white snake.

The young man collapsed to the floor, where Blue found him moments later. "Sister," she called, "wake up! Your husband has died of shock!"

Lady White, again in human form, knelt by her husband and wept. Then she declared, "I will fly to Kunlun Mountain and steal a miracle mushroom from the gods. That and nothing else can bring him back to life."

Đến ngày Hội Thuyền Rồng, mọi người ai nấy rủ nhau uống rượu pha với chất hùng hoàng có mùi hôi nồng để xua đuổi rắn rít. Biết sự nguy hiểm cận kề, Bạch cô nương nằm trên giường giả bịnh. Nhưng Hứa Tiên mời nàng ra và vui vẻ nói, "Chúng ta không thể mừng ngày hội này mà không uống chút rượu Hùng Hoàng được!"

Vì nàng viện mọi lý do để từ chối, Hứa Tiên chợt nhớ đến lời khuyến cáo của hòa thượng Pháp Hải và nói đùa với nàng. Bạch cô nương hoảng sợ trước việc bị phá hoại hạnh phúc. Phần lo ngại chồng nàng nghi kỵ, phần tin rằng tài phép của mình sẽ chống lại được chất hùng hoàng, nàng uống cạn một chén, rồi hai chén.

Lúc nàng sắp uống chén thứ ba thì bắt đầu muốn ói mửa. Nàng liền mau quay về buồng ngủ, Hứa Tiên thì vội vã chạy đi sắc thuốc cho nàng. Nhưng khi trở lại, chàng không thấy vợ mình đâu hết, mà chỉ thấy trên giường một con mãng xà trắng khổng lồ.

Hứa Tiên ngã nhào xuống sàn nhà, một lúc sau Tiểu Thanh mới phát giác ra. "Tỷ tỷ," nàng kêu Bạch cô nương, "hãy dậy mau! Thiếu gia đã lăn ra chết vì kinh sợ rồi!"

Bạch cô nương biến trở lại thành người, quỳ bên cạnh chồng khóc sướt mướt. Rồi nàng cương quyết nói, "Ta sẽ bay tới núi Côn Luân để đánh cắp linh chi ngàn năm về mới mong cứu sống được chàng."

Taking both her own sword and Blue's, Lady White flew swiftly on a cloud all the way to holy Kunlun Mountain. But just as she came upon one of the miracle mushrooms, she was challenged by Brown Deer, a guard serving the gods. "I beg you," said Lady White, "spare one mushroom to save my husband's life."

"These mushrooms are not for mortals!" said Brown Deer.

He struck at her with his sword, but she met it with her own. "Then forgive me if I take one anyway," she said. And she fought back until she wounded him.

Lady White picked the mushroom and turned to flee. But just then White Crane, another guard, joined the fight. With a sword in each hand, Lady White defended herself bravely. But she was no match for both guards together and was finally beaten to the ground.

As White Crane raised his sword for a final blow, the Old Man of the South appeared and called a halt. "How dare you steal from us!" the god demanded of Lady White. But he could not help admiring her devotion to her husband. For that and the child she was expecting, he pardoned her and let her take the mushroom away.

Mang theo kiếm của mình và Tiểu Thanh, nàng bay lướt trên mây, thẳng hướng về núi Côn Luân linh thiêng kia. Khi nàng vừa bay đến gần một cây linh chi, thì bị Hạt Lộc có phận sự canh gác, chận nàng lại thách đấu. "Ta van xin ngươi," Bạch cô nương xuống giọng cầu khẩn, "hãy ban cho một cây linh chi để cứu mạng chồng ta."

"Linh chi này không phải cho người phàm sử dụng!" Hạt Lộc quát.

Nó vung kiếm đánh nàng, nhưng nàng đưa kiếm chống đỡ. "Vậy thì xin tha lỗi, ta đành phải tự tiện thôi," nàng đáp. Rồi nàng tiếp đấu đến khi Hạt Lộc bị đả thương.

Bạch cô nương hái lấy linh chi rồi quay đầu định tẩu thoát. Nhưng một thần gác khác là Bạch Hạc, vội vàng xông vào trận chiến. Bạch cô nương hai tay cầm kiếm chống trả quyết liệt. Hiềm vì chỉ có mình nàng mà phải đấu với hai dũng sĩ, nên cuối cùng nàng bị đánh ngã.

Khi Bạch Hạc giơ kiếm lên định kết thúc Bạch cô nương thì Nam Cực Tiên Ông xuất hiện, và ra dấu ngừng tay. "Ngươi dám cả gan đánh cắp nấm tiên của chúng ta!" ông quát Bạch cô nương. Tuy nhiên, ông không khỏi thán phục sự chung tình của nàng đối với chồng. Vì lý do đó, và vì đứa bé nàng đang mang trong bụng, nên ông không những tha chết cho nàng mà còn cho nàng linh chi mang về nữa.

With a drink made from the miracle mushroom, Lady White brought her husband back to life. But though he soon recovered fully, neither one of them would speak of what had happened. Terrified by what he had seen, and not knowing of his wife's efforts to save him, Xu Xian now did his best to avoid her.

Lady White, anxious to regain his love, at last played a trick on him. She changed her white silk sash into a living snake and fooled him into thinking that this was the snake that had frightened him.

Happiness returned to the household. But not long after, Xu Xian set off for Gold Mountain Temple to offer thanks to Buddha for his recovery. On the bank of the Yangzi River, he found Fahai waiting for him. "Your wife has tricked you," said Fahai, and he told him just what had happened.

Terrified once more, the young man asked, "How can I save myself?"

"Become a monk and live at the temple," said Fahai. "That's the one place she can't reach you."

But Xu Xian, torn between love of his wife and fear of her, could not decide. "I stand in two boats at once!" he moaned. At last, meaning to decide later, he boarded Fahai's raft and crossed with him to the river island where the temple stood.

Nhờ vào chén thuốc sắc với linh chi, Bạch cô nương đã cứu sống được chồng. Hứa Tiên bình phục rất mau chóng, tuy nhiên, cả hai đều không muốn nhắc đến chuyện cũ. Chàng vì quá kinh hãi những gì mình đã thấy, lại không biết Bạch cô nương đã khổ công cứu sống mình, nên hết sức tìm cách tránh né nàng.

Về phần Bạch cô nương, vì nóng lòng muốn phục hồi lại tình yêu xưa, bèn dùng mưu kế để lừa gạt chàng. Nàng biến dải lụa trắng thành rắn để chàng tin rằng đó chính là con rắn hôm nọ.

Đôi vợ chồng lại sống hạnh phúc như xưa. Không bao lâu thì Hứa Tiên sửa soạn khăn gói lên đường đến chùa Kim Sơn để tạ ơn Trời Phật đã cứu độ chàng. Bên bờ sông Trường Giang, chàng gặp nhà sư Pháp Hải đang đứng đợi mình. "Vợ thí chủ đã lừa gạt người," Pháp Hải nói, rồi ông cho chàng biết câu chuyện đã xảy ra như thế nào.

Thêm một lần kinh sợ, chàng hỏi, "Làm cách nào con mới thoát khỏi tai họa này?"

"Hãy xuất gia đi tu tại chùa," Pháp Hải đáp. "Nó sẽ không thể nào đến gần thí chủ được."

Phần vì Hứa Tiên thương yêu vợ mình, phần thì lại sợ nàng, cho nên chàng không biết phải quyết định làm sao. "Thật là tiến thoái lưỡng nan!" chàng buột miệng than. Sau cùng, chàng nghĩ, cứ lên bè qua sông đến chùa trước với hòa thượng Pháp Hải, rồi mới tính sau.

*O*nce inside Gold Mountain Temple, Xu Xian was not allowed to leave. Meanwhile, Lady White waited anxiously without news for three days. Then she and Blue took their swords and rowed a boat to the island to bring him home.

Fahai was there waiting for them. Blue cried, "Give him back, you shaven-headed donkey!" But Lady White silenced her. Patiently appealing to Fahai's compassion and sense of justice, she pleaded with him to return her husband.

"Demon!" cried Fahai. "My duty is to protect unsuspecting humans from such as you!"

"I have harmed no one and helped many," protested Lady White. "Surely the demon is he who divides man and wife!"

"Sister," declared Blue, "we must crush this temple!"

Fahai called down an army of heavenly warriors, while from the river below, Lady White and Blue called up an army of water animals. The two armies fought fiercely, and led by Lady White, her side was winning. But at last her condition made her falter. With her allies around her for protection, she hastily retreated.

Một khi đã bước vào Kim Sơn Tự, Hứa Tiên không được phép ra khỏi chùa nữa. Trong khi đó, Bạch cô nương lo âu chờ đợi đã ba ngày mà vẫn bặt tin chàng. Nàng liền cùng Tiểu Thanh mang theo kiếm, bơi thuyền ra đảo để kiếm chàng về.

Pháp Hải đứng chờ họ ngay ở trước chùa. Tiểu Thanh thấy liền hét lên "Hãy mau trả người lại cho ta, con lừa trọc đầu kia!" Nhưng Bạch cô nương bắt Tiểu Thanh im ngay. Nàng nhẫn nhục van xin hòa thượng Pháp Hải hãy vì lòng từ bi và công lý mà thả Hứa Tiên ra.

"Yêu tinh kia!" Pháp Hải hét lên. "Ta có trách nhiệm bảo vệ những kẻ bị yêu quái như các ngươi hãm hại!"

"Ta chưa từng hại ai và đã cứu giúp bao nhiêu người," Bạch cô nương lên tiếng cãi lại. "Rõ ràng kẻ chia cách vợ chồng ta mới chính là yêu quái!"

"Tỷ tỷ," Tiểu Thanh tức giận nói, "chúng ta hãy đập tan ngôi chùa này đi!"

Hòa thượng Pháp Hải truyền lệnh cho một đạo thiên binh từ trời xuống, trong khi từ dưới biển nhô lên là một đạo thủy binh của Bạch cô nương. Hai bên đánh nhau một trận ác liệt, mà dẫn đầu phần thắng là đạo quân của Bạch cô nương. Hiềm vì đang mang thai nên nàng bị đuối sức. Nhờ các tướng sĩ bảo vệ, nàng liền vội vã tìm đường rút lui.

Lady White and Blue fled to Hangzhou, where they found themselves once more by Broken Bridge. Believing her husband had betrayed her, Lady White said, "The bridge may not be broken, but my heart is."

Blue told her, "If I ever see that traitor again, I'll kill him!"

Just then, Xu Xian himself arrived. From within the temple, he had heard the noise of battle and learned it was his wife who had come for him. Determined at last to stand by her, he had managed to escape, then had searched till he found them.

But Blue, furious at sight of him, chased him with her sword. Lady White stood between them to protect her husband, but then turned on him herself and declared how he had hurt her. The young man protested, "Fahai kept me prisoner—yet all that time I only thought of you!"

"Dear husband," said Lady White, "set aside your fear and hear me now." Then, ignoring Blue's signals of alarm, she revealed everything—what she was in truth and all she had done for him. "And now," she said, "your heart must tell you what is right or wrong."

Xu Xian replied, "Finally I realize all you've suffered for my sake. Human or not, I'll love you always. If I don't, let Blue cut off my head!"

Bạch cô nương và Tiểu Thanh trốn về Hàng Châu, họ bỗng thấy mình đang đứng tại Đoạn Kiều. Tin rằng chồng đã phản bội mình, Bạch cô nương nói, "Cầu này tuy không gãy đổ, nhưng tim ta đã tan vỡ."

Tiểu Thanh bảo nàng, "Nếu em gặp lại tên phản bội đó, em sẽ giết chết cho hả giận!"

Ngay lúc ấy, Hứa Tiên vừa chạy đến. Từ trong chùa, chàng đã nghe tiếng hai bên đánh nhau và biết được vợ chàng đã đến đây vì mình. Chàng quyết định một lòng với nàng nên đã tìm cách trốn chạy và đi kiếm cho được hai nàng.

Nhưng vì Tiểu Thanh còn đang giận dữ nên khi vừa thấy chàng, bèn vung kiếm lên rượt đuổi. Bạch cô nương phải chen vào bảo vệ chồng mình, rồi quay qua trách chàng đã xử tệ với nàng. Hứa Tiên phân bua, "Ta bị hòa thượng Pháp Hải giam cầm – nhưng không lúc nào ta không nghĩ đến nàng!"

"Chàng yêu quí," Bạch cô nương nói, "hãy tạm gác nỗi kinh hãi mà nghe em nói." Rồi nàng mặc kệ Tiểu Thanh ra dấu ngăn cản, nàng thố lộ tất cả mọi chuyện – hiện thân của nàng và những gì nàng đã hy sinh cho chàng. "Nào bây giờ," nàng tiếp "hãy nghe theo con tim chàng nói, cho biết đâu là phải trái."

Hứa Tiên trả lời, "Cuối cùng ta đã hiểu rõ những đau khổ nàng đã vì ta mà gánh chịu. Dẫu là người hay không, ta vẫn mãi mãi yêu nàng. Nếu có lời gian dối, xin Tiểu Thanh hãy chém đầu ta đi!"

United once more, the three stayed in Hangzhou with the sister of Xu Xian, and there Lady White gave birth to her baby boy. But the couple's happiness was not to last. Just one month after their son's birth—on the day they were to present him to friends and relatives—Fahai arrived, his golden alms bowl carried by a heavenly warrior. Lady White was instantly held captive by the bowl's golden ray.

Blue attacked the warrior with her sword, but he fought her off with Fahai's dragon staff. "Sister, save yourself," called Lady White, "and come back later to avenge us!" Helpless for the moment, Blue fled.

Xu Xian pleaded with Fahai and tried to seize the bowl, but to no avail. "Now at last," he said, "I see who is the real demon!"

Realizing there was no hope, Lady White said goodbye to her husband and to her baby. Then she told Fahai, "Though you tear me from my husband's arms, you cannot stop our love."

Then Fahai ordered the warrior to imprison her under Thunder Peak Pagoda by West Lake. He declared, "Not until the lake dries up or the pagoda falls will she come out again!"

Sum họp lần nữa, cả ba về sống tại Hàng Châu cùng với người chị của Hứa Tiên, và tại đây, Bạch cô nương hạ sinh một đứa bé trai kháu khỉnh. Nhưng hạnh phúc của họ không được bền lâu. Chỉ một tháng sau – nhằm ngày đầy tháng ra mắt đứa bé với bạn bè và họ hàng – thì hòa thượng Pháp Hải lại xuất hiện, cầm theo bát vàng khất thực là một thiên binh. Bạch cô nương chớp mắt đã bị thu nhỏ, hút vào bát vàng bằng một tia kim quang phát ra từ đó.

Tiểu Thanh liền vung kiếm tấn công thiên binh ấy, nhưng bị ông đánh bật lại bằng cây gậy rồng của nhà sư Pháp Hải. "Hiền muội, hãy tìm cách thoát thân," Bạch cô nương thúc giục, "mai này trở lại trả thù cho chúng ta!" Cảm thấy bất lực trước hoàn cảnh, Tiểu Thanh bèn tìm đường tẩu thoát.

Hứa Tiên van xin hòa thượng Pháp Hải, và tìm cách đoạt lấy bát vàng nhưng thất bại. "Cuối cùng," chàng trách, "ta mới thấy được ai là độc ác!"

Nhận thấy không còn hy vọng gì nữa, Bạch cô nương đành nói lời vĩnh biệt với chồng con mình. Rồi quay qua nói với Pháp Hải, "Mặc dù ngươi chia cách được chúng ta, nhưng mãi mãi không ngăn cản được mối tình này."

Sau đó hòa thượng Pháp Hải ra lệnh cho tên thiên binh giam giữ Bạch cô nương dưới lòng Tháp Lôi Phong, bên bờ Tây Hồ. Ngài dõng dạc nói, "Trừ phi hồ cạn, tháp đổ thì ngươi mới ra được chốn này!"

*C*enturies passed. Xu Xian and Fahai passed away, but Blue did not forget. On Mount Emei, she trained herself until her powers were at their height. Then she gathered an army of mountain animals and marched on Thunder Peak Pagoda.

The pagoda's guardian spirit met her with his own army, but it was defeated and forced to flee. Then Blue's army set fire to the pagoda, which quickly crumbled.

"Sister, come out!" called Blue.

And there from the ruins rose Lady White—free again at last!

*   *   *

So ends the legend of Lady White. Who can say for sure what happened then? Perhaps she returned to Mount Emei, never more to brave the human world. Perhaps she flew above the clouds to live in peace in Heaven.

Or perhaps she strolls beside West Lake along with sister Blue, waiting for her heart to stir again.

Vài trăm năm sau, mặc dù Hứa Tiên và hòa thượng Pháp Hải đã qua đời nhưng Tiểu Thanh vẫn không quên thù xưa. Trên núi Nga My, nàng khổ công tu luyện đến lúc tài phép đạt tới mức cao siêu. Sau đó, nàng đem theo một đạo sơn binh xuống núi để san bằng Tháp Lôi Phong.

Đạo quân canh giữ tháp chống cự lại mãnh liệt nhưng thất bại và bỏ chạy tán loạn. Quân của Tiểu Thanh liền nổi lửa đốt tháp, chẳng mấy chốc mà tiêu tan.

"Tỷ tỷ, hãy ra mau!" Tiểu Thanh gọi lớn.

Và từ trong đám tro tàn Bạch cô nương vươn lên – cuối cùng nàng lại được tự do!

*   *   *

Thế là chấm dứt câu chuyện truyền thuyết về Bạch Cô Nương. Ai có thể đoán được sau đó chuyện gì sẽ xảy ra? Có thể nàng đã trở về núi Nga My, không bao giờ dám quay đầu lại dương gian. Cũng có thể nàng đang bay trên mấy tầng mây, tận hưởng sự êm đềm nơi chốn thiên thai.

Hoặc cũng có thể nàng đang đi dạo bên bờ Tây Hồ cùng với Tiểu Thanh, để nghe con tim mình rung động thêm một lần nữa.

A Guide to Lady White Snake

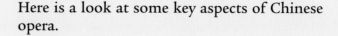

...nese Opera

...e you are sitting in a theater, listen-
... heroine sing longingly of her beloved.
...enly the stage is invaded by two bands of
...batic warriors. They tumble and twirl,
...twheel and somersault, flip this way and
...hat. From the orchestra come sounds of
cymbal, gong, and clapper to punctuate the
action.

Swords clash, and warriors duck and dodge
the blades. Spears fly, only to be hit or kicked
back to the thrower—one, two, even four at a
time. And what's this? The heroine has grab-
bed a sword to join the fight!

Welcome to the world of Chinese opera.

Actually, the word "opera" only begins to
describe this pinnacle of China's traditional
performing arts. Like opera in Western coun-
tries, Chinese opera features acting, singing,
and sumptuous costumes. But it also offers
dance, mime, face painting, and acrobatics.

Chinese opera evolved from the earliest Chi-
nese dramas in the twelfth century. Over time,
various stage arts were added and integrated
until Chinese opera emerged as the country's
most popular entertainment. In the nine-
teenth and early twentieth centuries, ac-
claimed opera actors were China's superstars.

But Chinese opera suffered gravely during
China's Cultural Revolution (1966-1976),
when it was almost completely banned, and
since then has found itself eclipsed by modern
forms of entertainment. Still, it survives today
as a "classical" art, honored and appreciated
for its place in China's traditional culture, as
well as enjoyed for itself.

Chinese opera is a tradition with many
branches. The best-known is Beijing Opera
(or Peking Opera, in the older spelling) per-
formed throughout China as well as overseas.
But there are also over 300 regional operas,
much alike in stage technique, costume, and
stories performed, but differing in music and
dialect.

Here is a look at some key aspects of Chinese
opera.

The stories

There are over 1200 stories used in Chinese
opera, mostly drawn from historical legend
and mythology. Many promote traditional
Chinese values like respect for parents, female
modesty, and obedience to authority, while
others encourage resistance to injustice or
show women in unusually strong roles. For
example, female generals are much more
common in Chinese opera than in Chinese
history.

At least until modern times, audiences were
already familiar with the stories they saw per-
formed, so they did not need to see an opera
from beginning to end to understand it. For
this reason, a traditional performance might
be made up only of favorite scenes from one
or more operas.

The characters

Each character in a Chinese opera is based
on a standard role type, which is recognized at
a glance by costume, makeup, and demeanor.
This lets the audience know much about a
character from the moment the actor comes
onstage.

Among the female role types are the young
lady, the lively girl, the refined woman, the
older woman, and the military woman. Male
role types include the young man, the older
man, and the military man.

A special group of role types is the "painted
faces"—male characters whose strong and
simple personalities are represented by mask-
like face painting. This group can include
heroes, villains, generals, gods, and demons.
(For more about them, see the section below
on makeup.) Another special group is the
clowns, both male and female, who provide
humor through foolishness or wit.

The actors

An actor in Chinese opera is trained espe-
cially for one role type and will generally stick
to it throughout his or her career. The choice
is based on body type and abilities rather than

age. For instance, a young male actor might always portray older men.

Until modern times, it was illegal in China for males and females to perform together. So, just as in Shakespeare's England, female roles were performed by men, who imitated female movements and sang falsetto. Today female roles are almost always played by females, but actresses still copy the voice and movement styles of their male predecessors.

Because of the many skills and the physical agility needed by opera actors, training must begin in childhood. Special schools in China offer this training along with general education.

The stage

The oldest form of the Chinese opera stage is a square platform of bamboo and planks, with the audience on three sides. Corner poles hold a canopy overhead, while a rug or mats cover the floor. An embroidered curtain stretches across the back, with two flaps for the actors to enter and exit. There is no curtain in front, no scenery, and no large props besides a table and chairs.

This kind of stage was designed to be portable, so an opera company could assemble it quickly in a public square or wherever else needed. Permanent opera stages were sometimes built in teahouses, palaces, and temple courtyards, but the basic design was the same.

This century, though, has brought many changes to Chinese opera. Performances today are commonly on Western-style stages with a curtain in front, painted scenery, electric lighting, sound amplification using body mikes, and subtitles projected on screens.

(**Note:** The illustrations in this book, though accurately representing costume and makeup, are not meant to depict either traditional or modern stage settings.)

Mime and small props

Lacking scenery and almost any large props, traditional Chinese opera turned instead to the art of mime, often with handheld props to aid the illusion. A walk in a circle can mean a

long journey. A tasseled whip can become a rider's horse. Several actors swaying together while one handles a paddle can portray a boat ride.

A table with chairs can become a sitting room, the emperor's court, or with a chair on top, a mountain to climb. A lantern in hand tells of night and darkness. A dance with blue flags means a flood, or with red ones, a fire. In such ways, Chinese opera portrays much that is not easily shown in realistic theater.

Dance, acrobatics, and other movement

While mime is one type of movement important in Chinese opera, another is dance. Some characters may dance almost constantly as they sing or speak. But even when actors aren't dancing, their steps and gestures are more or less stylized and dance-like. In fact, gesturing and even walking are considered arts in themselves.

One of the most popular features of Chinese opera is its acrobatics. All actors are trained in it, but it is the specialty of those who portray battle scenes. In these scenes, it is combined with stage fighting skills such as swordplay and kung fu.

This fighting, though, is stylized rather than realistic. No one dies onstage, and serious wounds are unlikely from spears tipped only with red ribbon. The attraction for the audience is not an illusion of violence but the incredible physical skills and interplay of the actors.

Costume

Chinese opera costumes are colorful, lavish, extravagant—a visual feast. Actors might wear richly embroidered coats, ceremonial robes, or full armor, along with elaborate headgear. Based loosely on fashions of several centuries ago, these costumes are not really meant to represent any historical period, or even to suggest a time of year. Instead they serve as pageantry and also to signal the character's age, social position, and personality.

Some costume elements are purely for show. For instance, young leading characters commonly wear "water sleeves"—lightweight white extensions of their regular sleeves that trail as low as the ground. These can flow gracefully at full length, or with a few flicks of the wrists fold back to expose the actor's hands. Warrior helmets are often graced by two pheasant feathers rising high, while armor is often augmented by four pennants jutting out from the back. Both additions create impressive effects during acrobatics.

Makeup

Among the most striking features of Chinese opera is the mask-like face painting of the "painted face" roles. The colors are bright—red, purple, black, white, blue, green, yellow—and are most often combined two or more in a complex pattern. As with costume, the purpose is both to appeal to the eye and to tell about the character. The colors represent strong personality traits—for instance, red for heroism, white for villainy. Some patterns identify particular characters or animals.

Most other actors make up their faces with white powder, plus rouge to highlight the mouth, eyes, and eyebrows. Male clowns announce themselves with a patch of white paint around the nose and eyes.

Music

The music in a Chinese opera is based on one or more standard melodies arranged to fit that opera. These melodies generally come from local musical tradition, and so will vary from one regional opera to another. Beijing Opera has drawn from a number of regional operas for its own large stock of melodies.

Traditionally, the music is played by six or seven musicians who sit in a back corner of the stage, in full view of the audience. Their instruments include traditional Chinese varieties of the fiddle, the banjo, the guitar, the flute, and the oboe, plus drums, gongs, cymbals, and a wooden clapper. The musicians interact closely with the actors, not only accompanying songs but also punctuating the action and the dialog with percussion, much as in an American circus.

Today, when a stage is Western-style, the musicians sit instead in the wing or in the orchestra pit. And their instruments might now include others from both China and the West—even an electric guitar!

For more about Chinese opera, you can read *Chinese Opera: Images and Stories*, by Peter Lovrick, photos by Siu Wang-Ngai, UBC Press, Vancouver, and University of Washington Press, Seattle, 1997; and *Peking Opera*, by Colin Mackerras, Oxford University Press, Hong Kong, 1997. Much on Chinese opera can be found by searching the World Wide Web. You might also look for Chinese opera videos at your library or at Web sites of Chinese video suppliers.

About the Story

The legend of White Snake is one of the most popular tales of China, with countless versions in folklore, literature, and drama. As a legend connected to Hangzhou's West Lake, it may have arisen as early as the seventh century. The thirteenth century saw the first literary versions, no doubt borrowed from professional storytellers in the streets of Hangzhou. It first appeared on stage in the fourteenth century, and the story is today one of the most often performed in Chinese opera.

This legend, though, has changed drastically from its beginnings. In the earliest versions, Lady White truly was a man-eating demon, and the Buddhist and Taoist priests who intervened were heroes. Over time she was portrayed more sympathetically, and popular sentiment came to side squarely with the lady and her quest for love. Nowadays in China, political interpretations are also common—but the story can be approached from many angles.

Though I consulted numerous versions of the legend, I based my retelling on the best-known and most influential one from modern Chinese opera, by the eminent author Tian Han. Two English translations of his libretto are *The White Snake: A Peking Opera*, by Tien Han, translated by Yang Hsien-yi and Gladys Yang, Foreign Languages Press, 1957; and *The White Snake*, by Tyan Han, translated by Donald Chang and William Packard, in *The Red Pear Garden: Three Great Dramas of Revolutionary China*, edited by John D. Mitchell, Godine, Boston, 1973. (Names here are as spelled in each book.) Though each translation has its strong points, the Yangs' is generally more readable and accurate.

Aaron Shepard

Here are some notes on important elements of the story. (Some earlier spellings are given in parentheses to help you recognize names in older books. But keep in mind that even the same spelling can take different forms—for instance, *Fahai*, *Fa Hai*, and *Fa-hai*.)

Hangzhou (Hangchow), West Lake, ¹Thunder Peak Pagoda, ²Broken Bridge. Hangzhou was China's illustrious capital in the twelfth and thirteenth centuries, when the White Snake legend had its greatest literary development. In fact, with over a million people, it was the largest, richest, and most culturally advanced city in the world. (Today it is a modern industrial city and one of China's busiest tourist spots.)

Just outside Hangzhou lies the wondrously lovely West Lake. This lake with its surrounding hills is a fairyland of lotuses, willows, peach and plum trees, pavilions, pagodas, temples, and ornamented boats. The White Snake legend came to be linked to Thunder Peak Pagoda, once the most prominent landmark of the south shore. The pagoda, though, collapsed in 1924—an event reflected in modern endings to the legend, like the one here.

Another landmark in the story, Broken Bridge, is still standing despite its name. There are several ideas about how it got that name, but we may never really know.

Zhenjiang (Chenchiang, Chinkiang), ³Gold Mountain Temple. Zhenjiang lies on the Yangzi (Yangtze) River and is connected to Hangzhou by the Grand Canal. Gold Mountain—actually a hill—was at the time of the story an island in the Yangzi, though the shifting river has now left it on the shore. There has been a combined temple and monastery there since around 400 A.D., and it may well have had a powerful abbot named Fahai.

Mount Emei (Omei), Kunlun (K'unlun) Mountain, Old Man of the South. Mount Emei lies in Sichuan (Sechuan, Szechwan) Province and is today a major site of Buddhist pilgrimage. Kunlun Mountain is more mythical, traditionally placed somewhere to the west, at the "center of the world." (On the map, the Kunlun Mountains are a major range on the north edge of the Tibetan Plateau—but their association with the mythical mountain is slight.)

Kunlun is said to be home to the most important Taoist goddess, the Queen Mother of the West, along with other gods and human Immortals. Among these gods is "The Old Man of the South," a nickname for the God of Longevity. He is in charge of the Star of Longevity—in Western terms, Canopus—in China's southern sky. The job of this god is to decide how long each person will live. In pictures, he is often shown with the "miracle mushroom" at his feet.

Chinese herbal medicine, miracle mushroom. Chinese herbal medicine still flourishes today, and herb shops much like Lady White's are found in Chinese communities worldwide. Hundreds of "herbs"—most taken from plants, but others from animals, insects, or minerals—are given singly or in combination, and in a variety of forms—teas, pills, powders, cakes, gels, tinctures, and ointments. Illnesses are diagnosed by several methods, including analyzing the pulse and examining the tongue.

"Miracle mushroom" is my own term for *lingzhi* (*lingchih, lingchi,* pronounced "LING-JEE"), known to Western scientists as *ganoderma lucidum*. It is a large woody mushroom that grows wild on decaying logs and stumps in coastal China. Once so rare and prized that it was used mostly by emperors, the mushroom is now cultivated commercially and sold worldwide, under those names and the Japanese *reishi* ("RAY-shee"). Herbalists recommend it for a wide variety of conditions, including AIDS and the side effects of chemotherapy.

Dragon Boat Festival, realgar wine. The Dragon Boat Festival, named after the colorful boat races on that day, is one of the three most important holidays of the Chinese year. It falls on the fifth day of the fifth lunar month—about the first week of June. The festival is said to commemorate the death of Qu Yuan ("CHOO yoo-ON"), an ancient poet and royal adviser, though it likely started earlier as a solstice celebration. Because of the festival's place in the White Snake legend, the story is often told or performed at this time.

Formerly, it was the custom during the festival to drink wine mixed with realgar—arsenic sulfide—in the belief that the foul odor repelled snakes. These and other poisonous animals are at their most troublesome at this hot time of year, and the festival day is considered especially unlucky in this regard. Nowadays realgar wine is rarely drunk but may still be rubbed on the skin.

A. S.